When I Am Gloomy
நான் மனச்சோர்வுடன் இருக்கும் போது

Sam Sagolski
Illustrated by Daria Smyslova

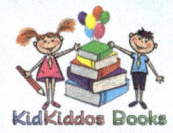

www.kidkiddos.com
Copyright ©2025 by KidKiddos Books Ltd.
support@kidkiddos.com

All rights reserved. No part of this book may be reproduced in any form or by any electronic or mechanical means, including information storage and retrieval systems, without written permission from the publisher, except in the case of a reviewer, who may quote brief passages embodied in critical articles or in a review.
First edition, 2025

Translated from English by Kavya Rajendran
ஆங்கிலத்திலிருந்து மொழிபெயர்ப்பு – காவ்யா ராஜேந்திரன்

Library and Archives Canada Cataloguing in Publication
When I Am Gloomy (English Tamil Bilingual edition)/Shelley Admont
ISBN: 978-1-0497-0935-2 paperback
ISBN: 978-1-0497-0936-9 hardcover
ISBN: 978-1-0497-0937-6 eBook

Please note that the English and Tamil versions of the story have been written to be as close as possible. However, in some cases they differ in order to accommodate nuances and fluidity of each language.

One cloudy morning, I woke up feeling gloomy.

ஒரு மேகமூட்டமான காலை நேரத்தில், நான் சோர்வான மனநிலையோடு கண் விழித்தேன்.

I got out of bed, wrapped myself in my favorite blanket, and walked into the living room.

நான் படுக்கையில் இருந்து எழுந்து, எனக்குப் பிடித்த போர்வையை போர்த்திக் கொண்டு, வரவேற்பறைக்குள் நடந்தேன்.

"Mommy!" I called. "I'm in a bad mood."

"அம்மா!" நான் கூப்பிட்டேன். "நான் மோசமான மனநிலையில் இருக்கிறேன்."

Mom looked up from her book. "Bad? Why do you say that, darling?" she asked.

அம்மா வாசித்துக்கொண்டிருந்த புத்தகத்திலிருந்து நிமிர்ந்து பார்த்தார். "மோசமான மனநிலையா? ஏன் அப்படிச் சொல்கிறாய், செல்லம்?" என்று கேட்டார்.

"Look at my face!" I said, pointing to my furrowed brows. Mom smiled gently.

"என் முகத்தைப் பாருங்கள்!" நான் எனது சுருங்கிய புருவங்களைக் காட்டி சொன்னேன். அம்மா புன்னகைத்தார்.

"I don't have a happy face today," I mumbled. "Do you still love me when I'm gloomy?"

"இன்று எனது முகம் மகிழ்ச்சியாக இல்லை," நான் முணுமுணுத்தேன். "நான் மனச்சோர்வாக இருக்கும்போதுகூட நீங்கள் என்னை நேசிப்பீர்களா?"

"Of course I do," Mom said. "When you're gloomy, I want to be close to you, give you a big hug, and cheer you up."

"நிச்சயமாக நான் உன்னை நேசிக்கிறேன்," அம்மா சொன்னார்."நீ மனச்சோர்வாக இருக்கும்போது, நான் உன் பக்கத்துல இருப்பேன், உன்னை கட்டிப்பிடிச்சு, உன்னை உற்சாகப் படுத்துவேன்."

That made me feel a little better, but only for a second, because then I started thinking about all my other moods.

அது எனக்கு கொஞ்சம் நிம்மதியாக இருந்தது, ஆனால் ஒரு நொடி மட்டும்தான், ஏனெனில் பிறகு நான் எனது மற்ற மனநிலைகளைப் பற்றி யோசிக்க ஆரம்பித்தேன்.

"So… do you still love me when I'm angry?"
"சரி… நான் கோபமா இருக்கும்போதும் நீங்கள் என்னை நேசிக்கிறீர்களா?"

Mom smiled again. "Of course I do!"
அம்மா மீண்டும் சிரித்தார். "ஆம், நிச்சயமாக!"

"Are you sure?" I asked, crossing my arms.
"உறுதியாகவா?" நான் எனது கைகளைக் கட்டிக்கொண்டு கேட்டேன்.

"Even when you're mad, I'm still your mom. And I love you just the same."

"நீ கோபமா இருந்தாலும், நான் உன் அம்மாதான். அந்த நேரத்திலும் நான் உன்னை எப்போதும் போலவே நேசிக்கிறேன்."

I took a big breath. "What about when I'm shy?" I whispered.

நான் ஒரு பெருமூச்சு விட்டேன். "எனக்கு கூச்சமாக இருக்கும்போது, எப்படி?" நான் கிசுகிசுத்தேன்.

"I love you when you're shy too," she said. "Remember when you hid behind me and didn't want to talk to the new neighbor?"

"நீ கூச்ச சுபாவமுள்ளவளாக இருந்தாலும், நான் உன்னை நேசிக்கிறேன்" என்றார் அவர். "நீ என் பின்னால் ஒளிந்து கொண்டு, புதிதாக வந்த பக்கத்து வீட்டுக்காரரோடு பேசாமல் இருந்தது உனக்கு ஞாபகம் இருக்கா?"

I nodded. I remembered it well.

நான் தலையசைத்தேன். எனக்கு அது நன்றாக ஞாபகம் இருக்கிறது.

"And then you said hello and made a new friend. I was so proud of you."

"பிறகு நீ ஹலோ சொன்னாய், உனக்கு ஒரு புதிய நண்பர் கிடைத்தார். உன்னை நினைத்து நான் மிகவும் பெருமைப்பட்டேன்."

"Do you still love me when I ask too many questions?" I continued.

"நான் அதிகமாக கேள்விகள் கேட்கும்போதுகூட நீங்கள் என்னை நேசிக்கிறீர்களா?" நான் தொடர்ந்தேன்.

"When you ask a lot of questions, like now, I get to watch you learn new things that make you smarter and stronger every day," Mom answered. "And yes, I still love you."

"நீ இதே போல நிறைய கேள்விகளைக் கேட்கும்போது, உன்னை ஒவ்வொரு நாளும் புத்திசாலியாகவும் வலிமையாகவும் மாற்றும் புதிய விஷயங்களைக் நீ கற்றுக்கொள்வதை நான் பார்க்கிறேன்," என்று அம்மா பதிலளித்தார். "ஆம், அப்போதும் நான் உன்னை நேசிக்கிறேன்."

"What if I don't feel like talking at all?" I continued asking.

"எனக்குப் பேசவே மனமில்லை என்றால் என்ன செய்வீர்கள்?" நான் தொடர்ந்து கேட்டேன்.

"Come here," she said. I climbed into her lap and rested my head on her shoulder.

"இங்கே வா," அவர் சொன்னார். நான் அவருடைய மடியில் ஏறி அவர் தோளில் தலை சாய்த்தேன்.

"When you don't feel like talking and just want to be quiet, you start using your imagination. I love seeing what you create," Mom answered.

"உனக்குப் பேச மனமில்லாமல் அமைதியாக இருக்கணும்னு தோணுனா, நீ உன் கற்பனையப் பயன்படுத்த ஆரம்பிச்சுடு. நீ என்ன உருவாக்குகிறாய் என்று பார்க்க எனக்கு ரொம்பப் பிடிக்கும்," அம்மா பதில் சொன்னார்.

Then she whispered in my ear, "I love you when you're quiet too."

பிறகு, அவர் என் காதில் கிசுகிசுத்தார், "நீ அமைதியாக இருக்கும்போதும் நான் உன்னை நேசிக்கிறேன்."

"But do you still love me when I'm afraid?" I asked.

"ஆனால் நான் பயப்படும்போது கூட நீங்கள் என்னை நேசிக்கிறீர்களா?" என்று கேட்டேன்.

"Always," said Mom. "When you're scared, I help you check that there are no monsters under the bed or in the closet."

"எப்போதும் உன்னை நேசிக்கிறேன்," அம்மா சொன்னார். "நீ பயப்படும்போது, படுக்கைக்கு அடியிலோ அல்லது அலமாரியிலோ எந்த அரக்கனும் இல்லை என்பதை சரிபார்க்க நான் உனக்கு உதவுவேன்."

She kissed me on the forehead. "You are so brave, my sweetheart."

அவர் என் நெற்றியில் முத்தமிட்டார், "நீ மிகவும் தைரியசாலி, என் அன்பே."

"And when you're tired," she added softly, "I cover you with your blanket, bring you your teddy bear, and sing you our special song."

"நீ சோர்வாக இருக்கும்போது," அவர் மெதுவாகச் சொன்னார், "நான் உன்னை உன் போர்வையால் போர்த்தி, உன் டெடி பியரை கொண்டு வருவேன், பிறகு உனது சிறப்புப் பாடலைப் பாடுவேன்."

"What if I have too much energy?" I asked, jumping to my feet.

"நான் மிகவும் உற்சாகமாக இருக்கும்போது என்ன செய்வது?" என்று நான் குதித்துக்கொண்டே கேட்டேன்.

She laughed. "When you're full of energy, we go biking, skip rope, or run around outside together. I love doing all those things with you!"

அவர் சிரித்தார்."நீ மிகவும் உற்சாகமாக இருக்கும்போது, நாம் ஒன்றாக சைக்கிள் ஓட்டுவோம், கயிறு தாண்டுவோம், அல்லது வெளியே ஓடுவோம். நான் உன்னோடு சேர்ந்து அவற்றை செய்வதை மிகவும் விரும்புகிறேன்!"

"But do you love me when I don't want to eat broccoli?" I stuck out my tongue.

"ஆனால் நான் ப்ரோகோலி சாப்பிட விரும்பாத போது கூட நீங்கள் என்னை நேசிக்கிறீர்களா?" என்று நான் நாக்கை வெளியே காட்டினேன்.

Mom chuckled. "Like that time you slipped your broccoli to Max? He liked it a lot."

அம்மா சிரித்தார். "அன்று நீ உனது ப்ரோக்கோலியை மேக்ஸிடம் ரகசியமாக கொடுத்ததைப் போலவா? அவன் அதை மிகவும் விரும்பினான்."

"You saw that?" I asked.

"நீங்கள் அதைப் பார்த்தீர்களா?" நான் கேட்டேன்.

"Of course I did. And I still love you, even then."

"நிச்சயமா நான் பார்த்தேன். அப்போதும் கூட நான் உன்னை நேசிக்கிறேன்."

I thought for a moment, then asked one last question:
நான் ஒரு கணம் யோசித்துவிட்டு, கடைசியாக ஒரு கேள்வியைக் கேட்டேன்:

"Mommy, if you love me when I'm gloomy or mad… do you still love me when I'm happy?"

"அம்மா, நான் மனச்சோர்வாகவோ அல்லது கோபமாகவோ இருக்கும்போது நீங்கள் என்னை நேசிக்கிறீர்கள் என்றால்… நான் மகிழ்ச்சியாக இருக்கும்போதும் நீங்கள் என்னை நேசிப்பீர்களா?"

"Oh, sweetheart," she said, hugging me again, "when you're happy, I'm happy too."

"ஓ, அன்பே," அவர் மீண்டும் என்னைக் கட்டிப்பிடித்து, "நீ மகிழ்ச்சியாக இருக்கும்போது, நானும் மகிழ்ச்சியாக இருக்கிறேன்" என்றார்.

She kissed me on the forehead and added, "I love you when you're happy just as much as I love you when you're sad, or mad, or shy, or tired."

அவர் என் நெற்றியில் முத்தமிட்டு, "நீ சோகமாகவோ, கோபமாகவோ, கூச்சமாகவோ, சோர்வாகவோ இருக்கும்போது நான் உன்னை நேசிப்பது போலவே, நீ மகிழ்ச்சியாக இருக்கும்போதும் நான் உன்னை நேசிக்கிறேன்" என்று மேலும் சொன்னார்.

I snuggled close and smiled. "So… you love me all the time?" I asked.

நான் அவரை நெருங்கி அணைத்துக் கொண்டு சிரித்தேன். "அப்படியென்றால்... நீங்கள் என்னை எப்போதுமே நேசிக்கிறீர்களா?" என்று கேட்டேன்.

"All the time," she said. "Every mood, every day, I love you always."

"எப்போதும்," அவர் சொன்னார். "ஒவ்வொரு மனநிலையிலும், ஒவ்வொரு நாளும், நான் உன்னை எப்போதுமே நேசிக்கிறேன்."

As she spoke, I started feeling something warm in my heart.

அவர் பேசிக்கொண்டிருந்தபோது, என் இதயத்தில் ஒரு இனிய பாசமான உணர்வு எழத் தொடங்கியது.

I looked outside and saw the clouds floating away. The sky was turning blue, and the sun came out.

நான் வெளியே பார்த்தேன். மேகங்கள் மெதுவாக விலகிச் சென்றன. வானம் நீலமாக மாறிக் கொண்டிருந்தது, சூரியனும் வெளியே வந்தது.

It looked like it was going to be a beautiful day after all.

எல்லாவற்றிற்கும் மேலாக, இது ஒரு அழகான நாளாக இருக்கப் போவது போல் தோன்றியது.

www.ingramcontent.com/pod-product-compliance
Lightning Source LLC
LaVergne TN
LVHW072110060526
838200LV00061B/4845